வெள்ளத்தனைய மலர் நீட்டம்

சுகந்தி நாடார்

Tamilunltd
10 Maybelle court Mechanicsburg PA 17050

நூலின் பெயர்   : வெள்ளத்தனைய மலர்நீட்டம்
ISBN   : 979-8-9856875-2-1
பொருள்   : மழலை இலக்கியம்
மொழி   : தமிழ்
ஆசிரியர்   : சுகந்தி நாடார்
காப்புரிமை   : சுகந்தி நாடார்
முதல் பதிப்பு   : அச்சுப்பதிப்பு 2022
நூலின் விவரம்   : 11.000" x 8.500" (216mm x 280mm)
எழுத்துரு   : அடோபி நிர்மலா, தமிழ் இணையக் கழகம் TAU குறிஞ்சி
எழுத்துரு அளவு   :14
அச்சகம்   : IngramSpark
பதிப்பகம்   : Tamilunltd
                      10 Maybelle court, Mechanicsburg PA 17050 USA
                      17178025889
                      7177283999
                      tamilunltd@gmail.com

Tamil Vowels

அ	ஆ	இ	ஈ	உ	ஊ	எ	ஏ	ஐ	ஒ	ஓ	ஔ
Ah as in about	aa as in paw	Ea as in eat	ee as in eel	wu as in few	ooh as in too	eh as in echo	ay as in hay	ie as in die	oh as in toe	ohh as in oh	ow as in owl

Tamil Aayutham

uck as in duck

Tamil consonants

க்	ங்	ச்	ஞ்	ட்	ண்	த்	ந்	ப்	ம்	ய்	ர்	ல்	வ்	ழ்	ள்	ற்	ன்
ik	Ink	Ich	Ink	It	iNn	ith	ibth	Ip	Im	Iy	Ir	Il	iv	Izhl	iLLl	Irr	In

	அ ah	ஆ aa	இ ea	ஈ ee	உ wu	ஊ oo	எ eh	ஏ ay	ஐ Ie	ஒ oh	ஓ ohh	ஔ ow
க் lk	க Ka	கா kaa	கி ki	கீ kee	கு Ku	கூ koo	கெ keh	கே Kay	கை kie	கொ Koh	கோ kohh	கௌ kow
ங் ing	ங ing	ஙா ingaa	ஙி ingi	ஙீ ingee	ஙு ingu	ஙூ ingoo	ஙெ ineh	ஙே ngay	ஙை ingai	ஙொ ingoh	ஙோ ingohh	ஙௌ ingow
ச் ich	ச cha	சா chat	சி chi	சீ chee	சு su	சூ choo	செ cheh	சே chay	சை chie	சொ choh	சோ chohh	சௌ chow
ஞ் inj	ஞ nja	ஞா njaa	ஞி nji	ஞீ njee	ஞு nju	ஞூ njoo	ஞெ njeh	ஞே njay	ஞை njie	ஞொ njoh	ஞோ njohh	ஞௌ njow
ட் it	ட ta	டா taa	டி ti	டீ tee	டு tu	டூ too	டெ teh	டே tay	டை Tie	டொ toh	டோ tohh	டௌ tow
ண் iNn	ண Nna	ணா Nnaa	ணி Nni	ணீ Nnee	ணு Nnu	ணூ Nnoo	ணெ Nneh	ணே Nnay	ணை Nnai	ணொ Nnoh	ணோ Nnohh	ணௌ Nnow
த் ith	த tha	தா tha	தி thi	தீ thee	து Thu	தூ thoo	தெ theh	தே thay	தை thie	தொ thoh	தோ thohh	தௌ thow
ந் inth	ந Na	நா naa	நி ni	நீ nee	நு nu	நூ noo	நெ Neh	நே nay	நை nie	நொ noh	நோ nohh	நௌ now
ப் ip	ப pa	பா paa	பி pi	பீ pee	பு pu	பூ poo	பெ peh	பே pay	பை pie	பொ poh	போ pohh	பௌ pow

ம் im	ம ma	மா maa	மி mi	மீ mee	மு mu	மூ moo	மெ meh	மே may	மை mie	மொ moh	மோ mohh	மௌ mow
ய் iy	ய ya	யா yaa	யி yi	யீ yee	யு yu	யூ yoo	யெ yeh	யே yay	யை yie	யொ yoh	யோ yohh	யௌ yow
ர் lr	ர ra	ரா raa	ரி ri	ரீ ree	ரு ru	ரூ roo	ரெ reh	ரே ray	ரை rie	ரொ roh	ரோ rohh	ரௌ row
ல் il	ல la	லா laa	லி li	லீ lee	லு lu	லூ loo	லெ leh	லே lay	லை lie	லொ loh	லோ lohh	லௌ low
வ் iv	வ va	வா vaa	வி vi	வீ vee	வு vu	வூ voo	வெ veh	வே vay	வை vie	வொ voh	வோ vohh	வௌ vow
ழ் izhl	ழ zhla	ழா zhlaa	ழி zhli	ழீ zhlee	ழு zhlu	ழூ zhloo	ழெ zhleh	ழே zhlay	ழை zhlie	ழொ zhlo	ழோ zhlohh	ழௌ zhlow
ள் iLl	ள Lla	ளா Llaa	ளி Lli	ளீ Llee	ளு Llu	ளூ Lloo	ளெ Lleh	ளே Llay	ளை Llie	ளொ Lloh	ளோ Llohh	ளௌ Llow
ற் iRr	ற Rra	றா Rraa	றி Rri	றீ Rree	று Rru	றூ Rroo	றெ Reeh	றே Rray	றை Rrie	றொ Rroh	றோ Rrohh	றௌ Rrow
ன் in	ன na	னா naa	னி ni	னீ nee	னு nu	னூ noo	னெ neh	னே nay	னை nie	னொ noh	னோ nohh	னௌ now

ஆழமில்லா குட்டையே, அமைதியான என் வீடு
Aazhlamila kuttieyay ahmiethiyaana ehn veedu
The shallow pond is my peaceful home

அழுக்கான சகதியில், அழகாய் நான் பிறந்தேன்.
Ahzhlukkaana sakathiyil naan piranthayn
I bornt in a dirty sludge

தவளையும் கெண்டையும் ஓடி யாட

ThavaLlieyum kehNndieyum ohhdiyAada

A frog and carp fishes are playing around

கெளுத்தியும் கொக்கும் சண்டை போட
kellUthiyum kohkkum saNNdie poooda
A catfish and a crane are fighting

பட்டுச் சூரியனை தொட்டுத் தழுவ
patthuch   sooriyanie thohttuth thazhluva
to touch and hug the sun

தட்டு இலைகளாய் கை விரித்தேன்
thattu ealiekaLlaay kie viriththayn
I opened the disk like leaves as my hands

வண்டும் வந்து சுற்றுது, என்னை!
Vanndum vanthu sutrRruthu ehnnie
A bee too is circling me around

தண்டும் தாளாய் ஆடுது தன்னே!
thandum thaannaai aaduthu thannay
As my stem dances around

வானம் இருண்டு மழை பொழிய
Vannam irunndu mazhlai pozhliya
As the sky darkens it rains

தானாய் வெள்ளம் கரை புரள
thaannai veLlam kariepuraLla
Automatically flood breaks the banks

என்னே ஒரு விந்தை இது!
Ennay ohru vinthie ithu?
What a wonder it is?

நானும் இங்கே இதழ் விரித்து
nAanum ingay ithazhl viriththu
I too open my leaves

நீரோடு உயர்ந்து வளர்ந்து நிற்கின்றேன்.
Neerohdu uyarnthu valarnthu niRrkinrayn
And grow as high as the water level

ஊக்கமும் உழைப்பும் மழை போலே
ookkamum uzhaippum mazhai pohlay,
Like the rain, effort and hard work are.

நம்மை உயர்த்தும் இறை தானே!
namie uyarthum iRriethaanay.
Devine that inspire us to excel.

Dictionary

அமைதி *[ahmiethi]*- silence

அமைதியான *[amiethiyaana*]calm

அழகாய் *[azhlagAay]* beautifully

அழகு *[azhlagu]* beauty

அழுக்கான *[azhulkaana]* that dirty one

அழுக்கு *[azhluku]* dirt

ஆடு *[Aadu]* dance

ஆடுதல் *[Aaduthal]* act of dancing

ஆடுது *[Aaduthu]* it is danving

ஆட்டம் *[Aattam]* dance

ஆழமில்லா *[Aazhlamillaa]*- shallow

ஆழம் *[Aazhlam]* depth

இங்கே *[ingay]* heare

இதழ் *[eathazhl]* petal

இது *[eathu]* this

இருண்டு *[iruNndu]* darkend

இருள் *[earruLl]* dark

இறை *[eaRrie]* Devine

இறைவன் *[eaRrievan]* Divinity

இலை *[ealie]* leaf

இலைகளாய் *[ealiekaLlaai]* leaves

இலைகள் *ealiekaLl* leaves

இல்லா *[eallAa]* without

உயரம் *[wuyaram]* height

உயர்தல் *[wuyaruthal]* the act of **getting taller**

உயர் *[wuyar]* upleft

உயர்த்தும் *[wuyarnthum]being* tall and

உயர்ந்து *[wuyarnthu]* being taller

உழைப்பு *[wuzhlaieppu]* hardwork

உழைப்பும் *[uzhkaieppum]* hardwork and

ஊக்கமும் *[ookkamum]* effort and

ஊக்கம் *[ookkam]* effort

என் *[ehn]* my

என்ன *[ehnna]* what

என்னே *[ehnnay]* wow

என்று *[endrru]* that

ஒரு *[ohru]* one

ஓடியாட *[ohhdiyaada]* run&playand...

ஓடு *[ohhdu]* run

ஓடுதல் *[ohhduthal]* act of running

ஓட்டம் *[ohhttam]* running as a ***noun***

கரை *[karie]* shore border bank

குட்டை *[kuttie]* pond

குட்டையே *[kuttieyay]* - a pond ***that***

கெண்டை *[kehNndie]* crap fish

கெண்டையும் *[kehNndieyum]* crap fish and

கெளுத்தி *[kehLluthi]* catfish

கெளுத்தியும் *[kehLluthiyum]* cat fish and

கை *[kie]* hand

கொக்கு *[kohkku]* crane

கொக்கும் *[kohkkum]* crane and

சகதி *[sagathi]* mud

சகதியில் *[in the mud]*

சண்டை *[saNndiJe* fight(quarrel)

சுற்று *[sutRru]* spin or go ***around***

சுற்றுதல் *[sutRruthal]* act of spinning, ***or going around***

சுற்றுது *[suttRruthu]* it span

சூரியனை *[sooriyanie]* the sun

சூரியன் *[sooriyan]* sum

தட்டு *[thattu]* disk,plate

தண்டு *[thaNndu]* stem stock

தண்டும் *[thaNndum]* stem and

தவளை *[thavaLlie]* frog

தவளையும் *[frog]* and

தழுவி *[thazhluvi]* hug and

தழுவு *[thazuvu]* hug

தழுவுதல் *[thazhluvuthal]* act of hugging

தன்னே! *[Thannay]* wow

தானாய் *[thAaNnaai]* by itserlf

தான் *[thAan]* self, only

தொடு *[thohdu]* touch

தொடுதல் *[thodutjal]* thal

தொட்டு *thohttu* touch and

நம்மை *[nammie]* us

நாம் *[nAan]* we

நானும் *[nAanum]* me too

நான் *[nAan]* I

நில் *[nil]* stand

நிற்க *[niRrka]* stand and...

நிற்கின்றேன் *[nirkindRrayn]* I am standing

நிற்றல் *[niRRthal]* act of standing

நீரோடு *[neetohdu]* with water

நீர் *[neer]* water

பட்டு *[pattu]* silk

பிற *[piRranthayn]* being born

பிறப்பு *[piRrappu]* birth

பிறந்தேன் *[piRranthayn]* I was born

பிறத்தல் *[piRraththal]* act of birth

பிறக்க *[piRrakka]* being born and...

புரளுதல் *[puraLluthal]* act of weletering

புரள் *[puraLl]* welter

புரள *[puraLla]* as welting

பொழி *[rain]* or pour

பொழிதல் *[pohzhlithal]* – act of **pour, or rain**

பொழிய *[pohzhliya]* as it rained

போட- *[pohdha]* putting down and...

போடு *[pohhdu]* put dowm

போடுதல் *[pohhduthal]* act of doing

போலே *[pohhlay]* like

போல் *[pohhl]* like

மழை *[mazhlie]* rain

வண்டு *[vaNndu]* bee

வண்டும் *[vaNndum]* bee and

வந்து *[vanthu]* come and

வருதல் *[varuthal]* act of coming

வளர்தல் *[vaLarthal]* act of growing

வளர் *[vaLlar]* grow

வளர்ச்சி *[vaLarchchi]* growth

வளர்ந்து *[vaLlarnthu]* as growing and...

வா *[vaa]* come

வானம் *[vAanam]* sky

விந்தை *[vinthie]* spectacle wonder

விரி *[viri]* open or spread

விரித்தல் *viriththal* act of openingor **spreading**

விரித்து *[viriththu]* open and...

விரித்தேன் *[viriththayn]* I opned

வீடு *[veedu]* house

வெள்ளம் *[veLlLlam]* water ,flood

Grammar

பெயர் சொல் -*Noun*

பொருட்பெயர் *[pohrut pehyar] Common noun*

பொருட்களையோ உயிரினங்களையோ அடையாளம் காட்டும் பெயர்.

Noun that names an object and living beings.

அமைதி *[ahmiethi]*

அழுக்கு *[azhlukku]*

இங்கே *[eaingay]*

இதழ் *[eathazhl]*

இது *[eathu]*

இலை *ealie*

இறை *earie*

உழைப்பு *[wuzhaipu]*

ஊக்கம் *[ookkam]*

என் *[ehn]*

ஊரு *ohru*

கரை *karie*

கெண்டை *[keheNndie]*

கெளுத்தி *[kehLluthi]*

கை *[kie]*

கொக்கு *[kohkku]*

சண்டை *[saNndie]*

சூரியன் *[sooriyan]*

தட்டு *[thattu]*

தண்டு *[thaNndu]*

தவளை *[thavaLlie]*

தான் *[thaan]*

நான் *[naan]*

நீர் *[neer]*

மழை *[mazhlie]*

வண்டு *[vaNndu]*

வானம் *[vaanam]*

விந்தை *[vinththie]*

வீடு *[veedu]*

வெள்ளம் *[vehLlLlam]*

இடப்பெயர் *[idap pehyar] Common noun for places*

ஒரு இடத்தைக் குறிக்கும் பெயர்.

Noun for places.

இங்கே *[here]*

குட்டை *[kuttie]* pond

பண்புப் பெயர் *[panbup pehyar] Abstract noun*

சுவை, நிறம், வடிவம். உணர்வுகள், குணங்கள்போன்ற பண்புகளை அடையாளப்படுத்தும் பெயர்.

identifying the characteristics of an object, like shape size,color taste,emotions inborn qualities etc.

தொழிற் பெயர் *[thozhil payar] Action noun*

ஒரு தொழிலைக் குறிக்கும் பெயர்.

a noun that identifies an action.

ஆடுதல் *[Aaduthal]*

உயர்தல் *[wuyaruthal]*

ஓடுதல் *[ohhduthal*

சுற்றுதல் *[sutRruthal]*

தழுவுதல் *[thazhluvuthal]*

தொடுதல் *[thodutjal]*

நிற்றல் *[niRRthal]*

பிறத்தல் *[piRraththal]*

போடுதல் *[pohhduthal]*

வருதல் *[varuthal]* act of coming

வளர்தல் *[vaLarthal]* act of growing

சினைப்பெயர் *[ciniep pehyar] Noun of parts*

உயிருள்ள அல்லது உயிரற்ற பொருள்களின் உறுப்புக்களை அடையாளம் காட்டும் பெயர்.

Noun to identify parts or components of an object or a living being.

வினைச்சொல் *[vinaieh chohl]* Verb

வினைமுற்று *[vinaimuttRru] Compleate verb*

காலம். எண், பால் இடம் என்ற அனைத்தையும் விளங்க வைக்கும் சொல் வினைச்சொல்.

A verb that,discribes gender, count, place and tense to give complete meaning.

சுற்றுது *[sutrruthu]*

நிற்கின்றேன் *[NiRrkindrayn]*

பிறந்தேன். *[piRranthayn]*

விரித்தேன் *[virithayn]*

எச்சம்*[ehchcham]*Defective

விணையாகவோ வரும் ஒரு சொல் முழு விளக்கமில்லாமல் பொருள் தொக்கி-
நிற்பது எச்சம். அவ்வினைச்சொல்லின் முழுப் பொருளைக் கொடுக்க அதை
அடுத்து ஒரு பெயர்ச்சொல்லோ, அல்லது வினைச்சொல்லோத் தேவைப்படும்.

When a verb lacks ameaning. it is defective.It may need a noun or a verb to
have complete meaning.

பெயரெச்சம் *[pehyarehchcham] Adjectival participle*

ஒரு வினையை(செயலை) குறிக்கும் சொல்லுக்கு முழு விளக்கம் கொடுக்க
ஒருபெயர்சொல் தேவைப் பட்டால் அது பெயரெச்சம்.

An incomplete verb need noun to become complete.

அமைதியான *[amaithiyaana]*

அழுக்கான *[azhlukkaana]*

ஆடுது *[Aaduthu]*

ஆழமில்லா- *[Aazhamilllla]*

இருண்டு *[earuNndu]*

உயர்த்தும் *[uyarthum]*

வினையெச்சம் *[vinai ehchchum] Adverbial participle*

ஒரு வினைச்சொல் முழுமையாக விளக்கத்தைச் சொல்ல
இன்னொரு வினைச்சொல்லின் உதவி தேவை என்றால் அது வினையெச்சம்.

A verb that ends with the verb to give full meaning.

அழகாய் *[azhlagAay]*

இலைகளாய் *[ealiekaLlaai]*

உயர்ந்து*[wuyarnthu]*

ஒடி*[odiyaada]*

சகதியில் *[sagathiyil]*

தழுவி *[thazhluvi]*

தானாய் *[thaanaaiy]*

தொட்டு *[thottu]*

புரள *[puraLla]*

பொழிய *[pohzhliya]*

போட *[pohda]*

வந்து *[vanthu]*

வளர்ந்து *[vaLlarnthu]*

விரித்து *[virinthu]*

இடைச்சொல் *[eadiechchol]* **Particles**

இரண்டாம் வேற்றுமை *[earaNndaam vayttrumie] 2nd CASE*

உயிரெழுத்து "ஐ" ஒருவாக்கியத்தில் உள்ள எழுவாயைச்

செயப்படுப்பொருளாக மாற்றுகின்றது.

The vowel "ஐ" is used sto change subject into an
 object to make a sentence.

ஆட்டை *[aattie]*

சூரியனை *[sooriyanie]*

நம்மை *[nammie]*

மூன்றாம் வேற்றுமை *[moondRraam vayttrumie]3rd CASE*

"ஓடு" என்ற மூன்றாம் வேற்றுமை உருபு,ஒருபெயர்ச்சொல்லை ஒரு
வினையோடு தொடர்பு படுத்தும் போது அப்பெயர்சொல்லை ஒரு கர்த்தா-
வாகவோ, கருவியாகவோ மாற்றுகிறது.அதே நேரத்தில்,
ஒரு பெயர்ச்சொல் நிகழும் நிகழ்வுகளோடு எப்படி ஒத்துப் போகிறது என்ப-
தையும் காட்டுகின்றது.

The case" oodu" is used to connect the noun to the verb as a doer or a
tool. it may also show what the noun does with concurrent events.

நீரோடு *[neerohhdu]*

நான்காம் வேற்றுமை *[naangaam vayttrumie]4th CASE*

ஒருபெயர்ச்சொல் அதை அடுத்த சொல்லின் இலக்காக மாறும் போது"கு"
சேர்க்கப்படுகிறது.

To change the given noun into the destination of the word next to the
noun in a sentence.

ஐந்தாம் வேற்றுமை *[aienththaam vayttrumie]5th CASE*

'இன்"ஒரு பெயர் சொல் அதை அடுத்து வரும் பொண்மைக்கு
உரிமையாளராக்குகின்றது.

இன்" adds a possessive nature to a given noun ஏ.

ஏகார இடைச்சொல் *[yaykara eadiechchohl]yay particle*

தன்னே! *[thannay]*

போலே! *[pohlay]*

தானே! *[thAanay]*

அடை *[ahdie]* **Attribute**

ஒரு பெயர்ச்சொல்லின் பண்பையோ வினைச்சொல்லின் பண்பையோ,
சிறப்பாக எடுத்துக் காட்டும் சொல்

பெயரடை *[pehyaradie] Adjective*

ஒரு பெயர் சொல்லின் முன்பாக வந்து அப்பெயர்ச்சொல்லின் பண்பைச்
சிறப்புப் படுத்திக்காட்டும் சொல்.

The word that comes before a noun toenhance its characherstics is
payaradie

வினையடை *[vinieyadie] Adverb*

ஒரு வினைச்சொல்லின் முன்பாக வந்து அவ்வினைச் சொல்லின் பண்பைச்
சிறப்புப் படுத்திக்காட்டும் சொல்.

The word that comes before a verb toenhance its characherstics is
vinieyadie

உம்மைத்தொடர் *[ummieththodar] Conjucation*

இரு சொற்களை இணைக்கும் ஒரு உருபு/ "உம்" ஆகும்.

Particle "உம்" connectsthe two adjoing words ,it takes the place of "and.

உயர்த்தும் *wuyrathum*

உழைப்பும் *wuzhlieppum*

ஊக்கமும் *ookkamum*

கெண்டையும் *kehNndieyum*

கெளுத்தியும் *kehLluthiyum*

கொக்கும் *kohkkum*

தண்டும் *thaNndum*

தவளையும் *thavaLlieyum*

நானும் *nAanum*

வண்டும் *vaNndum*

விளி வேற்றுமை *[vLlivaytRrRrumie] Command*

குˈடையே, *kutueyay*

வியங்கோள்*[viyangohhLl] Command*

என்னே *ennnay*